பீனிக்ஸ் பறவை

பா.கவுசிகா

புக் பெஞ்சர்ஸ்

பீனிக்ஸ் பறவை
ஆசிரியர் ©பா.கவுசிகா

முதற்பதிப்பு 2021
பக்கங்கள் 86

Published by Book Benchers 2021
Copyright © P.Kavshika 2021

All Rights Reserved.

ISBN 978-93-91423-07-0

ThebookBenchers@gmail.com
Contact 9944992571

Afflicated By
Aelay Publish
www.aelaypublish.com

பதிப்புரை

பீனிக்ஸ் பறவை இப்பறவையின் பெயரை கேட்டவுடன் நம் மனதில் ஒரு இனம்புரியாத நம்பிக்கையும் தன்னம்பிக்கையும் தோன்றும் கவிஞர்கள் வருணிக்கும் கற்பனையாக பீனிக்ஸ் பறவை இருக்கலாம்.அது எப்படி "நெருப்பில் கருகி மீண்டும் சாம்பலில் உயிர்த்தெளிந்து வருகிறதோ அதே போன்று, நாமும் நமது கனவுகளை ஏழு கடல் தாண்டியும் அடைய முயற்சிக்க வேண்டும். எத்தனை இடையூறுகளை சந்திக்க நேரிட்டாலும் சத்தியம் தவறாது சாதித்து காட்டவேண்டும்".

இப்பறவையின் மனோதிடம் கண்டிப்பாக ஒவ்வொரு பீனிக்ஸ் மனிதனாகிய நம்மிடமும் இருக்க வேண்டும். இல்லையென்றால் உறுதிப்படுத்திக்கொள்ள வேண்டும். வாழ்க்கைப்பயணம் கரடுமுரடாக தான் இருக்கும் முட்களும் புதர்களும் போகும் வழி எங்கும் நம்மை பயமுறுத்த தான் செய்யும் அதற்கெல்லாம் அஞ்சி நடுங்கினால் வாழ்க்கை நடத்த முடியாது. வெற்றிப் படிக்கட்டுகளை முத்தமிட தோல்வியின் சறுக்கல்களை நாம் சந்தித்து தான் ஆக வேண்டும் இது எழுதப்பட்ட விதி. இதை யாராலும் மாற்ற இயலாது.

தோல்வியை ஆசானாக்கி நாம் அதில் அரியணை ஏறி அவமானங்களை ஆயுதங்களாக அடைக்கலப்படுத்தி வெற்றி வாகை சூட வேண்டும் இதுவே வெற்றியின் சூட்சுமம். இத்தகைய சூட்சுமங்களை அரிய அனுபவங்கள் நிச்சயம் கை கொடுக்கும்.
"இன்று போய் நாளை வா" என்று இல்லாமல் என்றும் என்றைக்கும் திறமைக்கு தீனி போட்டுக் கொண்டே இருக்கவேண்டும்.
அதை உடற்பயிற்சி செய்வது போன்று தினசரி வாழ்வில் நாள்தோறும், தவறாமல் பயிற்சி எடுத்துக் கொண்டே இருக்க வேண்டும் இல்லை என்றால் நிச்சயம் ஒருநாள் துரு பிடித்து விடும். பழுது பார்க்கவில்லை என்றால் பாழடைந்துவிடும், உங்கள் வாழ்கைப்பயணம்.

தரணி ஒன்றை ஆள தனிமைக்கு விருந்தளித்து
தைரியத்திற்கு தண்ணீர் தெளித்து திறமைக்கு
தன்னம்பிக்கையை ஊட்டி வளருங்கள். இந்த உலகமே
உங்களை தலையில் தூக்கி வைத்து கொண்டாடும்.
தேடலை மற்றும் என்றும் கைவிடாதீர்கள் ஆசைக்கு
என்றுமே அடிமையாகி விடாதீர்கள் உங்களை சுய
பரிசோதனை செய்துகொண்டே இருங்கள்.
அடிக்கடி உங்களுக்கு நீங்களே தேர்வு நடத்துங்கள்
இதையெல்லாம் தயங்காமல் தடங்களில்லாமல் செய்து
வெற்றி பெறும் பட்சத்தில் புகழ் உங்கள் காலடியில் வந்து
சேரும். இதைக் காலனால் கூட தடுத்து நிறுத்தவும்
முடியாது. தவிடுபிடியாக்கவும் நிச்சயம் முடியாது.
"அரசன் ஆண்டியான கதையும் உண்டு ஆண்டி அரசனான
கதையும் உண்டு", உலகில் எதுவும் நிரந்தரமில்லை.
நிச்சயமில்லாத வாழ்வில் உன் நிழலைக் கண்டு கூட
அஞ்சாதே,
"ஓய்வில்லாமல் உன் இலக்கை நோக்கி ஓடு, ஓய்வற்ற
கடிகார முள்ளாக நீ மாறு".நிச்சயம் பீனிக்ஸ்
பறவையென்னும் இப்புத்தகம் படிப்பவர்கள் அனைவரது
வாழ்விலும் ஒரு தாக்கத்தை ஏற்படுத்தும், வாசிப்பவர்கள்
உள்ளத்தில் வலுவிழக்காமல் வசந்தக்காற்று வீசும்,
வாசிக்கும் ஒவ்வொரு பக்கமும் வாழ்க்கைப் பயணத்தை
திசை மாற்றும் என்ற நம்பிக்கையோடு என்னுரையை
முடிக்கிறேன்.

தொகுப்பாளர் சிறுகுறிப்பு

"பாரதி இல்லையேல் இப்பார்கவி இல்லை" இவர் பெயர் பா.கவுசிகா. இவரின் புனைப்பெயர் பார்கவி .இவர் தூங்கா நகரம் மதுரை மாநகரத்துவாசி. இவர் மதுரை தியாகராசர் கல்லூரியில் வணிகவியல் மூன்றாம் ஆண்டு படிக்கும் மாணவி.இவர் தனது 12 ஆம் அகவையில் ஏதோ ஒருவகை ஆசையில் எழுதத் தொடங்கினார் பின்பு அதுவே அவருக்கு பழக்கமாக மாறியது .வழக்கத்திற்கு வந்தது அனுபவமாகவும் உருமாறியது.

"நன்றிக்கு வித்தாகும் நல்லொழுக்கம் தீயொழுக்கம் இவர் கவிதையில் அதிகம் காணப்படும்" . இவர் ஒரு எழுத்தாளர் மட்டுமல்ல ஒரு சொற்பொழிவாளரும் கூட. பள்ளியில் படிக்கும் வயதில் இருந்தே பல்வேறு பேச்சுப் போட்டிகளில் பங்கேற்று சமூக பிரச்சனையை குறித்து விவாதித்து உள்ளார்.

இயற்கையின் மீது அதிக நாட்டம் கொண்டவர். ஆரம்பகாலங்களில் பல்வேறு இன்னல்களை சந்தித்த இவருக்கு எழுதும் ஆர்வம் இன்னும் ஆழமாகவே அதிகரித்தது. இவர் இந்திய கவிஞர் மகாகவி சுப்பிரமணிய பாரதியாரின் எழுத்துக்களின் மீது அதிக நாட்டம் கொண்டவர் .அதில் அதிகம் ஈர்க்கப்பட்டவர் .

இப்பொழுதும் அவருடைய ஆசானாக பாரதியையே
நினைவு கூறுவார். இவர் மட்டுமல்ல திரையிசைப்
பாடல்களின் வள்ளல் நா.முத்துக்குமார் அவர்களின்
ஹைக்கூவிற்கு ,இவர் பெரிய ரசிகையும் கூட .சமத்துவம்
பற்றி அதிகம் பேசி பழக்கப்பட்டவர் .
பெண் உரிமைக்காக குரல் கொடுக்கத் தயங்காதவர்.
அவரைப் பொறுத்தவரை கவிதை என்பது வார்த்தைகளில்
வெளிப்படுத்தப்படக்கூடிய ஒன்றுதான் ஆனால் அது முழு
உலகையும் ஆளக்கூடிய மிகப்பெரிய சக்தி கொண்டது.
விமர்சனம் அதிகம் எழும்போதுதான் படைப்பாற்றல்
தொடங்குகிறது.
இவர் தனது ஓய்வு நேரங்களில் அநேகம் கவிதை, கதை
எழுதுவதிலே அதிகநேரம் செலவழிக்க விரும்புவார்.
இவர் தமிழ் ஆங்கிலம் இரண்டிலும் எழுதும் திறன்
படைத்தவர் என்பது குறிப்பிடத்தக்கது. இவர்
இவ்விரண்டையும் முழுமையாக கரைத்து குடிக்க வில்லை
என்றாலும் என்றும் கற்க மறக்கவில்லை.

இதுவரை பல்வேறு புத்தகங்களில் இணை ஆசிரியராக
பணியாற்றிய இவருக்கு புத்துயிர் அளிக்கும் வகையில்
தொகுப்பாளராக கிடைத்த முதல் வாய்ப்பு ,இந்த பீனிக்ஸ்
பறவை என்னும் நூல் கூட்டு முயற்சியின் பயனாக கிடைத்த
இந்நூல் வெற்றி வாகை சூடும் என்னும் நம்பிக்கை இவருக்கு
அதிகம் இருக்கிறது

உள்ளடக்கம்		
வரிசை எண்	தலைப்பு	எழுத்தாளர்களின் பெயர்கள்
01	என் இனிய தனிமையே!	பா.கவுசிகா (பார்கவி)
02	பிளாக் பஸ்டர் ஹிட்!	பா.கவுசிகா (பார்கவி)
03	சத்திய வாக்கு !	பா.கவுசிகா (பார்கவி)
04	வாழ்க்கைப் பயணத்தை வலிமையாக்கி வசந்தமாக்கிடுவோம்!	சி.சதிஸ் (நெல்லை சதிஸ்)
05	மறைந்தும் பிறப்பேன் நான்	ம.செந்தில்ராஜா (நாமக்கல் செந்தில்)
06	நான் பீனிக்ஸ் !	சு.சிவனேஸ்வரன்
07	வீழ்ந்தாலும்விதையாய் எழுவேன் !	த.அருணா
08	முடியும் வரை முயல்	Kaarthikvel v.s (கவிப்பித்தன்)
09	ஆசைப் படிக்கட்டு !	பா.பிரியன்பாபு (கவிப்ரியன்)
10	காற்றில் கரைய பீனிக்ஸ்ஸாய்!	கவியருவி பா.சரவணன்
11	தண்ணீர் தரும் ஞானம்!	இராகுல் கலையரசன்
12	பெண்ணியப் பறவை !	சு.கோகிலா (ராக்கி)
13	உதிரம் காய்ந்தாலும் உதிர மாட்டேன்!	நந்தினி வரதராஜ் (மயூரம்)

31	மீண்டெழுந்தேன் ஒரு சவாலாக!	அக்னி (செளபர்ணிகா)
32	தூண்டுகோல்!	அன்பின் சகி (சு.வசுந்தரா தேவி)
33	மீண்டெழுவேன் !	ரஞ்சனி பழனிச்சாமி
34	நம்பிக்கையோடு எழு மனிதா!	இளங்கவி சு.தீபிகா
35	கடிகாரமாய் இரு!	ஸ்ருதி
36	விடியல் !	ஆ.நர்மதா
37	என் கனா !	மு.முஹம்மது உமைர்
38	தரணியைத் தாங்கும் தயாளர்கள்!	ந. ஆண்டாள் (கோதை)
39	உயிர்த்தொழு!	கவி கவிஞன் இரா. சதீஷ்குமார்
40	என் பாதை புதியது!	பூவிழி(நுவலி)
41	கனவுகளும் கைப்பிடிக்குள்!	ஆர்த்தி முருகேசன் (மாயாதி)
42	கனவுப்பறவை!	கவிஞர் பாரதி பாஸ்கி
43	என் கனவை அடைந்தே தீருவேன்!	தமிழ்மகன் ப.சிவபிரகதீஷ்
44	சந்திராயன் 3	கவிஞர் கோகுல் காளியப்பன் (சாரல் துளிகளின் சன்னல் காதலன்)
45	மனச்சிறகு !	மஞ்சு. கி
46	மீண்டெழு!	முனைவர் கவி. நாகவள்ளி
47	வா போவோம் முன்னேறி!	ஞாழல்
48	நிமிர்ந்து நில் !	அ. செல்வராஜ்
49	துணிந்து நில் !	அ. செல்வராஜ்
50	பெண் சாதனையின் மறுபக்கம்!	மு.பெருமாள் (தனிமைக்காதலன்)
51	உந்துதலாகிடு உனக்கு!	டிளுங' (கலாம் நேசகி அபிதா)

என் இனிய தனிமையே!

தீப்பந்தம் ஏந்தி நிற்கும்
தனிமைக்கு திறமை என்னும்
தண்ணீர் தெளித்துவிட்டு!
காட்டுத்தீ கூட ,வானத்தின் விழி நீர் பட்டால்
கட்டுக்குள் வந்துவிடும்!

வரிகளை ரசிக்கும் பழக்கம் உடையவனா நீ ?
பாடி பழகிவிடு !
சங்கீதமும் தெரிந்துவிடும் !
சரித்திரங்களும் புரிந்துவிடும் !
சங்கடமும் தீர்ந்துவிடும் !

நீக்கு போக்குகளுக்கெல்லாம்
முகத்தை சுளித்தால் எப்படி ?
கொஞ்சம் அப்படி இப்படித்தான் இருக்கும்

எல்லாத்திற்கும்
கணக்குப் பார்த்தால்
காலம் தள்ள முடியவே முடியாது தம்பி !

தூவல் பிடிக்கவில்லையா ?
இல்லை பிடித்தம் இல்லையா ?
சரி தூரிகையைத்

தாராளமாக பிடித்துக் கொள் !
அதுவும் உனக்கு பரிச்சயமில்லாத பாடமா?
பரவாயில்லை பழகிக்கொள்!

கிண்ட கிண்ட நான் கேசரி வரும்
இதற்கே கிறங்கிப் போனால் எப்படி ?
கேலி கிண்டல் வரத்தான் செய்யும்
எதையும் காதில் வாங்கிக்கொள்ளாதே!
அகமகிழ்வுக்கு அகழ்வாராய்ச்சி
தேவைதானா ?

பெரும் முயற்சிக்கு
வெற்றி மட்டும்தான் வெகுமதியா ?
சுடும் தோல்வி கூட சுகம்தானே !
பளிங்கு பாறை உன்னை பயமுறுத்துகிறதா ?

செந்நீரைப் பாலாக்கி
வியர்வையை விதையாக்கி
சந்தனம் பூசி விடு, அவ்வளவுதானே !

பஞ்சபூதங்களும் ஆட்டம் கண்டு விடும் !
வெற்றிக்கா பஞ்சம் !
தோல்வி அதைவிட மிஞ்சும் !

களிப்புக்கு உழைப்பு ஊதியமில்லை !
உள்ளப்பூரிப்பே பூர்த்தி செய்துவிடும்!
உச்சியும் குளிர்ந்து விடும் !
இது என்ன மகாபாரதமா
இல்லை ராமாயணமா ?
இராமனும் கிருஷ்ணனும்
நீ நினைக்கும் நேரமெல்லாம்
உனக்கு தினசரி வந்து
காட்சி கொடுக்க ?
நீ கேட்கும் வரங்களையெல்லாம்
விருப்பத்துடன் விரும்பியளிக்க ?

கலிகாலம் அப்பா நீ வாழ்வது !
சகுனிக்கும் சாணக்கியனுக்குமே
இங்கு சரிக்கு சரி போட்டி
சரியாகவும் இருக்கும் !
சலிக்காமலும் நடக்கும்!

நீ எல்லாம் எம்மாத்திரம் !
கொஞ்சம் அயர்ந்தால் போதும்
வீழ்ந்து விடுவாய் !
சிறியதாய் பயந்தால் போதும்
விரட்டியடிக்க படுவாய் !
சினத்தை சிறையில் அடை!
சிந்தையை முன்ஜாமினில்
எடு! முன்கோபத்திடம் வழக்கு தொடரு !
முன்விரோதத்திற்கு முற்றுப்புள்ளி வை!
முக்தி அடைவாய் !

கட்டுக்கோப்பான வாழ்க்கையை
விட்டுத் தள்ளு!
கடமை ஒருபுறம் இருக்கட்டும் !
நீ நினைக்க மறுத்த கனவுகளுக்கு
உந்துசக்தி கொடு !

கால் முளைக்காத சிறகு நீ!
கல்லறையில்
உனக்கு என்ன வேலை ?
திறவுகோலை எடுத்து திறந்து வா!

பறவைகளோடு பறவையாக
பறந்து செல்லலாம்!
உன் இலக்கை நோக்கி !

-பா.கவுசிகா (பார்கவி)

பிளாக் பஸ்டர் ஹிட் !

திறமைக்கு கால்ஷீட் கொடு
பிறகு என்ன ?
உன் வாழ்க்கை படம்
ஹவுஸ்புல் தான்!
வின்டேஜ் வாழ்க்கைமுறைக்கு
மறக்காமல் சொல்லிவிடுங்கள்
ஒரு பெரிய குட் பை !

-பா.கவுசிகா (பார்கவி)

சத்திய வாக்கு!

காற்றிடம் கதை பேசினேன்
கவிதை பிறந்தது!
காயத்தோடு கை குலுக்கினேன்
காதல் மலர்ந்தது!

மண்ணும் விண்ணும் மறைந்து
மரகத வாசல் திறந்தது!
மனம் மட்டில்லா மகிழ்வை அடைந்தது!

உள்ளம் மலர்ந்து உலமார
வாழ்த்துப்பாடல் பாடியது!
பிழை இருந்த பக்கத்தை
கிழித்து பார்த்தேன்,
இதுவரை கண்டிராத காணக்கிடைக்காத
அதிசய வார்த்தை ஒன்று பிறந்தது!

கடிதம் எழுதி கிறுக்கி பார்த்தேன்
கிரகித்து விவாதித்த
கிளர்ச்சி கிடைத்தது!
மூளைக்குள் ஓர் புத்துயிர் பூத்தது!

என் கணிப்பு தவறவில்லை!
ஒன்றையொன்று இழந்த பின்புதான்
ஒன்றன்பின் ஒன்றாக நல்லது நடந்தது!
இடைவெளியில்லாமல் அதுவும் தொடர்ந்தது!

ஆவலை அலைய விட்டேன்
அவா பிறந்தது !
தேடல் பின்பு ஓடிப் பார்த்தேன்
தேடிய பின்பும் நிற்கவில்லை!
ஓடிய கால்களுக்கு
ஓய்வும் அளிக்கவில்லை!

சலனமற்ற மனது
சஞ்சளிக்க ஆரம்பித்தது!
ஞானம் பெற்ற வயது
அதற்கு பக்குவத்தை அள்ளித்தெளித்தது!
ஓடும் கால்களைத் தடுக்காதே!
அதற்கு ஓய்வும் அளிக்காதே!

சுற்றும் பூமி சுழன்று விழட்டும்
பிறையும் மதியும் திசைமாறி
பிரிந்து செல்லட்டும்!
நீ! அடக்கி வைத்த ஆசையை
அடக்க ஒருகாலும் முற்படாதே!

உழைப்பையும் உறுதியையும்
யாருக்காகவும் விட்டுக் கொடுக்காதே!
முயலும் வரை ஓடு
முடியாது என்றால் ஒதுங்கி நின்று பாரு!

ஆசையை அசைபோடு!
கனவோடு காதல் வயப்படு!
நம்பிக்கைக்கு தவறாமல் தீனி போடு!
வெற்றி நிகழ்வது நிச்சயம்!
இது தேடலின் வாக்கு சத்தியம்!

-பா.கவுசிகா (பார்கவி)

வாழ்க்கைப் பயணத்தை வலிமையாக்கி வசந்தமாக்கிடுவோம்!

வாழ்க்கை என்றவொரு பயணமிருக்க.!
தடைகளோ அவற்றில் நிறைந்திருக்க.!
சுதந்திரமெல்லாம் சூரையாடப்
பட்டுகொண்டிருக்க.!
வீழ்வானது விரைந்து வந்துகொண்டிருக்க.!
அகிலமே உன்னை அலட்சியப்படுத்திக்
கொண்டிருக்க!
வறுமை உன்னை வரவேற்றுக்
கொண்டிருக்க.!
வசந்தம் என்றுமே வழிமாறிச் சென்று
கொண்டிருக்க.!
வீரியங்களெல்லாம் வீண்சென்றுக்
கொண்டிருக்க.!

பக்கபலமேதும் இல்லாதிருந்துக்
கொண்டிருக்க.!
பகைமை பலவும் நெருங்கிக் கொண்டிருக்க.!
உந்துசக்தி உனக்குள்ளிருந்தால்,
உலகாளும் உக்தியை உறக்கக் கண்டு!
வீழ்ச்சி ஒவ்வொன்றையும் வெறுமையாய்க்
கொண்டு வாழ்க்கைப் பயணத்தினை
வலிமையாக்கி வசந்தமாக்கிவிடலாம்..!

-சி.சதிஸ் (நெல்லை சதிஸ்)

மறைந்தும் பிறப்பேன் நான்

மண்ணில் விழுந்த விதை, தானாக முளைத்து,
மரமாக வளர்ந்து, நமக்கு நிழலும் தந்து,
சுவையான பழங்களையும்,
சுத்தமான காற்றினையும்,
கண்களை பறிக்கும் பசுமையும்,
தென்றல் வீசும் நேரத்தில்
இனிமையான கூச்சல் இட்டு
என் இமைகள் மூடினாலும்,
இதயத்தில் என்னை ஆட்கொண்டு
என்னை கவர்ந்த மரமே!
நீயும் விதையை விதைத்து தான் செல்கிறாய்,
நான் வீழ்ந்தாலும் என் விதைகள்
உறங்காது என்று,
மண்ணில் விதைவிட்டு விடைபெறுகிறேன்!

-ம. செந்தில்ராஜா (நாமக்கல் செந்தில்

நான் பீனிக்ஸ் !

எழுவேன் எழுவேன் மீண்டும் எழுவேன்
எரிமலைக் குழம்பைப் போல!

வாழ்வேன் வாழ்வேன் மனதில் வாழ்வேன்
வாழும் தமிழைப் போல!

எத்தனைத் தடைகளை தாங்கி மேகம்
மழையைத் தருவது போல,

வேதனை அதிகம் பயணக் கடந்து
எழுந்து வாழ்ந்திடுவேனே!!

வாழை மரத்தை வெட்டிய பிறகும்
வளர்ந்து வருதல் போல!

வெட்ட வெட்ட வளர்ந்து வளர்ந்து
மீண்டும் முளைத்திடுவேனே!

வேரினை பிடிங்கி எரிந்த பிறகும்
விதையால் செடிகள் முளைக்கும்!

உடலை மட்டும் எரிக்க முடியும்
உயிர் தான் என்றும் வாழும்!

ஆற்று நீரை அடைத்து வைக்கலாம்
கடல்நீரை அடைக்க முடியுமா?

குளிர் காற்றை மூடி வைக்கலாம்
புயல் காற்றை மூட முடியுமா?

மிகப்பெரிய பிரபஞ்சம்
அடக்க முடியுமா என்னை?

அடக்கினாலும் எழுவேன்
நான் பீனிங்ஸ் என்ற பறவை!

-சு. சிவனேஸ்வரன்

அடக்கினாலும் எழுவேன்
நான் பீனிங்ஸ் என்ற பறவை!

வீழ்ந்தாலும் விதையாய் எழுவேன் !

வேண்டாம் என்று நிராகரிக்காதே ,
வீழ்ந்தாலும் விதையாக முளைப்பேன் !
முன்னே செல்ல முயல்வேன்!
புற முதுகில் குத்தி அல்ல
பிறரையும் தட்டி கொடுத்து,
பீனிக்ஸ் பறவை போல்
வீழ்ந்து எழுவேன் !
புதிய தன்னம்பிக்கையோடு வாழும்வரை,
எழுந்து கொண்டே இருப்பேன்!
எச்சங்கள் கடந்தாலும் என்
இலட்சியத்தை எட்டி பிடிக்க!

-த. அருணா

முடியும் வரை முயல்

அயராது உழைப்பை கொள்
அனைத்தும் உன் வழியில்
ஆராய்ந்து ஆக்கம் மிக்க ஆற்றல் கொள்
ஆகாயமும் உன் காலடியில்
இளமையை இறுக்கி வைத்துக்கொள்
இலக்கின் வழி சுகமான பாதையில்
ஈர்ப்புகளை அடக்கிக் கொள்
ஈட்டிப் போல் அறிவுக்கூர்மை
உன் சிந்தையில்
உள்ளத்திடம் உரையாடல் கொள்
உச்சமிங்கே உள்ளங்கையில்
ஊக்கம் உன்னில் கொள்
ஊரார் உபதேசமெல்லா காற்றில்
கலந்த தூசியில்
எதிலும் தெளிவு கொள்
எளிதாக உன் பையில்
ஏணியாய் உன் திறமை கொள்
ஏற்றத்தின் உயரம் உனக்கு குறைவில்
ஐந்தெழுத்து மந்திரம் முயற்சி என்று கொள்
ஐஸ்வர்யம் உன் வாழ்வில்
ஒழுக்கமான அன்றாடம் கொள்
ஒவ்வொரு செயலும் முடிவு வெற்றியில்
ஓர் கொள்கை கொள்
ஓராயிரம் புதிரின் விடை அதில்
ஔவை பாட்டியின் தமிழ்பால் கொள்
ஔடதம் உன் உதிரத்தில்

-Kaarthikvel V.S (கவிப்பித்தன்)

ஆசைப் படிக்கட்டு !

தோல்விகள் தலையை தடவிக் கொடுக்கும்!
வெற்றிகள் தூக்கத்தில் சொப்பனமாக மிளிரும்!
ஆசைகள் வாழ்வில் ஏமாற்றத்தை தரும்!
ஏக்கங்கள் கனவுகளை சிதைக்கப் பார்க்கும்!
தோழனே! தோழியே!
தீயைத் தொட்டால் சுடும் அது அதன் இயல்பு!
அதுப்போல்!
நீ வாழ்க்கையில் வெற்றி பெற!
ஆசை முதற் படி!
ஏக்கம் இரண்டாம் படி!
தோல்வி மூன்றாம் படி!
இப் படிகளைக் கடந்தால்!
நீ ஆசைப் பட்ட!
நீ ஏக்கப் பட்ட!
உன் வெற்றிப்படியை அடையலாம்!

பா.பிரியன்பாபு(கவிப்ரியன்)

காற்றில் கரைய பீனிக்ஸ்ஸாய் !

ஆழ்ந்த பெரிய குளமுங்க அது.
சாலையைத் தொட்டாப்ல
கரையச் சுத்தி
காகிதப் பூக்களுங்க !

நீரின் மெல்லிய அலைக்கு
அசஞ்ச மாறி
புதுசா மொட்டவிழ்த்த
அல்லிங்க !

செம்போத்து பறவையு
கருஞ்சிட்டுகளுமா
பக்கத்தி012 சலசலப்பா
புதருங்க !

மூழ்குவது, எழுவதுமா
முக்குளிப்பான்களுங்க

கரைய தொட்டே நடக்குற
உன்னி கொக்குக!

சிறு சலனத்த சுமந்து
மத்தபடி அமைதியாய்
குளமுங்க!

கரையில அமர்ந்து
காத்திருந்தே எதிர்காலத்த எண்ணி
என் கண்களின் நீர்
காத்துல கரைய

இதற்கு காரணம் லட்சியம் தா !
சூரியனைத் தொடவேண்டும்
என்பது போல் ,
பீனிக்ஸ் பறவையின்
வாழ்க்கை லட்சியம்.
அது போல் தான் என்னவோ !

பீனிக்ஸ் பறவை தன் சிறகுகளை
அகல விரிச்சு பறக்குமுல்ல
சூரியனை நோக்கி உயருமுல்ல.
ஒரு குறிப்பிட்ட எல்லையில சூரியனின்
அதீத வெப்பத்தால உடல் கருகி மண்ணில்
விழுமுல்ல !

மீண்டும் உயிர்க்குமுல்ல !
மீண்டும் சூரியனை நோக்கிக் கம்பீரமாய்ப்
பறக்குமுல்ல !

லட்சியவாதியான எந்த
ஒருவரின் வாழ்க்கையிலும்
ஒரு பீனிக்ஸ் பறவை இருக்குது
என்னை பொறுத்த
வரையில்!

சுடுகாட்டில இருக்குற சாம்பலில
இருந்து எழும்புற

பீனிக்ஸ் பறவை மாதிரிதா
என்னோட வாழ்க்கையும்னு
லட்சியம்னு நினைக்கிறே !

-கவியருவி பா.சரவணன்

தண்ணீர் தரும் ஞானம் !

நீராக நீ இரு
விழுந்தாலும் மழையாய் விழு
எழுந்தாலும் ஆவியாகி
அவ்வானம் நோக்கி
பயணம் புரி

கால்கள் இல்லை என்றாலும்
கடலை அடைவது இல்லையா
ஓடும் ஆறுகள்

பள்ளம் பார்த்து
பாயும் நீர் போல
ஓயாமல் நீ உழைத்தால்
வெற்றி உன் வசப்படும்

நீருக்கு அழிவேது?
திடமாகவும் இருக்கும்
திரவமாகவும் இருக்கும்
ஆவியாகவும் மாறும்
அழியாமல் இருக்கும்

விழுந்தால் மழை!
எழுந்தால் ஊற்று!

கடலை அடைந்த நீரும்
ஆவியாக அது மாறும்
வானம் நோக்கி பயணம் செய்யும்
விண்ணிலே மழையாகும்
மண்ணிலே வீழும்
மலை மீதிருந்து
அருவியாகி அது குதிக்கும்
ஓடியே கடலை அடையும்

மீண்டும் மீண்டும்
இதுவே நிகழும்
மனிதா புரிகிறதா?
ஞானம் தெரிகிறதா?

மீண்டும் மீண்டும் மழையாகும்
நீரைப் போல முயற்சி செய்
இயலாதது ஏதுமில்லை

முயற்சிக்கு காற்புள்ளி வைத்தால்
வெற்றிக்கு முற்றுப்புள்ளி வைக்கலாம்

-இராகுல் கலையரசன்

பெண்ணியப் பறவை !

அடுப்பங்கரையை ஆட்சி செய்யும்
ராணிகள் நாங்கள்
அரிசிப் பருப்புக்குள்ளே தான்
எங்கள் ராசாங்கம்
குயிலைவிட இனிமையானவர்கள் நாங்கள்
சுதந்திரமாக பேசமுடியாது
மயிலை மிஞ்சும்
மங்கையர்கள் நாங்கள்
சுதந்திரமாக நடக்கமுடியாது
உயர்ந்த வானில் பறக்க ஆசை
எங்கள் சிறகுகள் ஒடிக்கப்பட்டுள்ளன
சிகரத்தின் உச்சியில் நடக்க ஆசை
எங்கள் கால்கள் கட்டப்பட்டுள்ளன
மலரும் முன்பே செடியில்
இருந்து பறிக்கப்படுகிறோம்
வாரிசுகளுக்காகவே சமுதாயத்தில்
வளர்க்கப் படுகிறோம்
அனைத்து துறையிலும்
முதலிடம் பிடித்த நாங்கள்
வாழ்க்கைத் துறையில்
பின்னுக்கு தள்ளப்பட்டோம்
இல்லை! இல்லை! அடைக்கப்பட்டோம
பெண்ணியப் போர்வையில்
மறைந்திருக்கிறோம்
எண்ணிலடங்கா ஆசைகளோடு
எதிர்கால மாற்றத்திற்கான புதிய தேடலோடு
தடைகள் பல உடைத்தெறிந்து
எதிர்வரும் நாளில் முன்னேறுவோம்
பூமித்தாயாய் இருந்தது போதும்
புரட்சித்தாயாய் உருமாறுவோம்
சிறகை உயர்த்தியவாறே!

— சு. கோகிலா (ராக்கி)

உதிரம் காய்ந்தாலும் உதிர மாட்டேன்!

வானில் ஏணியிட்டு நட்சத்திரமாக
ஆசை கொண்டேன்!
மேகங்கள் மோத சிதறியது சலனமே!
வாளின்றி போரில் வார்த்தைகளே
ஆயுதமாக மாறிட கண்டேனே!

திறமைகளை திறனாய்வு செய்ய
அறிஞர்களின்
ஏவுகணை விண்ணில் பறந்தன!
பட்டமில்லா அறிஞர்கள் பெண் என்று
சொல்லி முடக்க முயன்றன!

களம் காண வீரராகிட! வெற்றியில் களைத்தனர்
நரியின் சத்தத்தில் சிங்கம் அஞ்சிடலாம்!
மனிதனின் கோஷத்தில் முயற்சி சரிந்திடாதே!
மணியாய் முதல் படியில் தடம் பதித்திட!

மகிழ்ச்சியில் பெருமூச்சிட்டு பெருமையில்
நடைபோட்டன எனை ஈன்றவர்களே!
மேலும் உயர்ந்திட ஏசியோரும் பெருமிதம்
கொண்டனர்! என்னை தழுவியே !

-நந்தினி வரதராஜ் (மயூரம்)

முயற்சி திருவினையாக்கும்

முடிந்தவரை நம் இலக்குகளுக்கு ஏற்றவாறு
நம் தகுதிகளை உயர்த்துவோம்!
எத்தனை முறை தோற்றாலும்
பாடம் கற்று ஊக்கம் பெற்று இன்னும்
இன்னும் முயல்வோம்!
குடும்ப சூழல்கள் சாதகமாய்
இல்லையெனில்வரும் வேலைகளைப்
புன்னகையோடு புரிவோம்!
நம் இலக்கையடைவதிலும்
தீவிரமாய் இருப்போம் !
விரைந்து அடைந்து நம் குடும்பத்தினரையும் ;
நட்புகளையும் ; பெருமைப்படுத்தி –
மனமும் முகமும் பொன்னொளி வீச
புன்னகையில் பிரகாசித்திடுவோம் நமக்குத்
தேவைப்படும் அனைத்து சக்திகளும்
புதைந்திருக்கிறது நம்முள்

நம் தன்னம்பிக்கையால்
அதனை வெளிப்படுத்தி
வாய்ப்புகளை நன்கு பயன்படுத்தி –
வெல்வோம்!

நாம் நம் இலக்குகளுக்கு தகுதி உள்ளவரா
என்பதை இறைவன் முடிவு செய்யட்டும்!

நம் முயற்சிகள் கண்டு அங்கீகரித்து ;
அவனே தகுதியளித்து ; வழிகளமைத்து ;
துணைபுரிந்து ; வெற்றிகள் நல்கி மகிழ்வித்து –
நம்மைக்காட்டிலும் அவன்
பெருமகிழ்ச்சி அடைவான் !

நம் இலக்குகள் நம்மால்
முடியும் வரை அல்ல ,
நாம் நம் இலக்குகளை அடைந்து
முடிக்கும்வரை முயல்வோம் வெல்வோம்.!

-ச.த. ரேணுகா

பீனிக்ஸ் மனிதன் !

நிலமகள் தான்
வற்றிய போதிலும் !

நீர்நிலைகள் தன்னை
மறைத்த போதிலும் !

கடன்கள் காற்றாய்
சுழன்ற போதிலும்!

பசியெனும் வறுமை
சுட்ட போதிலும் !

கைகளில் காப்பு
காய்த்த போதிலும் !

வயிறு ஒட்டி
நா வறண்ட போதிலும் !

ஓயாது மண்ணை
மலரச்செய்தானே
விவசாயி என்னும்
ஃபீனிக்ஸ் மனிதன்!

- காவியா செங்கொடி

தன்னம்பிக்கையே ஊந்து சக்தி

போகும் பாதை
அதில் பள்ளம்
மேடுகள் ஆயிரம்!
பாதத்தை கிழிக்கும்
கல்லும் முள்ளும் ஏராளம் !
பயத்தை தரும் துயரங்கள் வந்தாலும்!
பலவித தடைகள் தாண்டி செல்லும்
படிகளாய் இருந்தாலும்!
எதிர்மறை எண்ணங்கள்
என்னை சூழ்ந்து கொண்டாலும் !
ஏளனங்களும் ஏமாற்றங்களும்
என்னை ஆட்கொண்டாலும்
சோர்ந்து போவதில்லை
எந்தன் விடாமுயற்சி
வீழ்ந்தும் மீண்டு எழுவேன்!
தன்னம்பிக்கை என்னும் ஊந்துசக்தியோடு!

- பத்மாவதி.ரா (கவிதை தமிழச்சி)

வெற்றியை நோக்கி

ஒரு சிறு விதையின் தேடல் தான் வேர்கள்
கொண்ட மரத்தை உருவாக்குகிறது !

ஒரு நிமிடம் தோன்றி மறையும் நீர் குமிழியின்
ஆக்கப் பூர்வமான வேகம் தான் அலைகளை
கொண்டு இனிய ஓசையை கொடுத்து
செல்லுகிறது!

ஒரு அழகான பயணத்தின் தேடல் கொண்ட
முயற்சி தான் மறக்க முடியாத அனுபவங்களை
உணர்த்தி செல்லுகிறது!

இவ்வாறு ஏனோ ஒவ்வொரு
முறையும் முயற்சி
செய்யும் போது ஏதோ ஒரு சிறந்த மாற்றம்
இருக்கத்தான் செய்கிறது!

முயற்சி நம்மை கைவிட்டு சென்றாலும் நம்
முயற்சி செய்வதை ஒருபோதும்
விட்டு விட கூடாது!

நேற்றைய நிகழ்வையும் நாளைய
விடியலையும் எதிர்பார்க்காமல்,

இந்த இனிய நொடியில் தேடலோடு கூடிய
இலட்சிய பயணத்தை தொடர்பவர்களையே
இவ்வுலகம் வரவேற்கவே காத்திருக்கிறது

பயணிப்போம் தெளிந்த நல் அறிவோடு
வெற்றி பாதையை நோக்கி !

- ரேவதி பால்மாணிக்கம்

நங்கையின் தேடல்

பெண்ணே!
உன் ஜனனம் உன் தாயை நம்பியே !
தரம் கெட்ட நாய்களை நம்பி அல்ல!

காமத்தின் வேட்டைகளுக்கு பலியாகும்
மானாக மாண்டது போதும் !

சுய மரியாதை இழந்து
கயவர்களின் காலடியில்
நாய்க்குட்டியாகத் திரிந்தது போதும்!

மங்கையே நீ மடிந்தவள் அல்ல,
எதையும் செய்யத் துணிந்தவள்!

வரையறைக்குள் நீ அடங்காதே!
வரையறை வைப்பதே நீயாகிவிடு!

எத்தனையோ காயங்கள்
எத்தனையோ தடுமாற்றம்
தடம் மாறி நிற்காமல்,
உன் இடம் தேடி நீ ஓடு !

பட்ட கஷ்டங்களோ
பெற்ற காயங்களால் ஆறும்
தேடலின் தேவையை
தெரிந்து செல் !

பெண்ணே !
நீயும் சாதிக்கப் பிறந்தவள்
உன் வெற்றிக் கோப்பையை
உலகம் காணும் நாளும் வரும்!

-தே.ஷாரிகா

உயர்ந்தெழுந்த இவள்!

இளையவள் பாதையின்
இடுக்குகளெல்லாம் சந்தேகம்!
காட்டுத்தீ போல் பரவிவிட்டது,
அதுவே மன சங்கடத்திற்கு உறமிட்டது !
தவறேதும் செய்யாத அவள்
மனம்கருகி ஆனால் சாம்பல் துகள்!

மனக்குமுறலை குறைக்க,
வெள்ளைக் காகிதத்தில்
தன் ஆதங்கத்தைத் தெறிக்க
கவியாய் உருபெற்றது !
அன்று அவள் மனம் வலுப்பெற்றது!

உயர உயர நம்பிக்கை கூடிற்று,
கொடுரர்கள் முகமோ வாடிற்று!
அர்த்தமற்ற கேள்விகளுக்கும்
அதிகபட்ச பதில் தந்துவிட்டு,
சிரித்தாள் சங்கடம் அகற்றி...

தன்னைச் சுட்டெரித்து
சாம்பலாக்கிய சந்தேகத்திலிருந்து,
உயர்ந் தெழுந்த இவளும்
ஒரு பீனிக்ஸ் பறவை தான் !

- சந்தியா முரளிதரன்

திமிர்தலோடு போராடு !

மண்ணில் விழுந்த விதைகள் வீழ்ச்சி என்று
நினைத்திருந்தால் விதை மரமாகி இருக்குமா?

மரம் வளர மழை வரவில்லை என்று
பட்டுப்போக நினைத்திருந்தால் இருக்குமா?

உச்சி கிளைகளில் கூடு கட்டி காற்று
மழையோடும் போராடாமல் இருந்திருந்தால்
தன் பறவைகள் இனத்தை காக்க முடியுமா?

எறும்புகள் தன் வீட்டைக் கட்ட தன்னைவிட
பெரிய கற்களை தூக்கி வந்து எறிந்து
விட்டுத் தன் வீட்டை உருவாக்கவில்லையா!

அருவிகள் தலைகீழாக விழுந்தாலும் தலை
குனிகிறேன் என்று நினைத்திருந்தால் ,

ஆறாக ஓடி வயல்களை அடைந்து
பசுமையாக்கி தந்திடுமா?

ஒரே நாட்கள் தான் வாழ்க்கை என்ற
போதிலும் அழகாக பறந்து திரிந்து
போகவில்லையா ஈசல்கள்!

மனிதா மானை வென்ற புலியும் உண்டு
புலியை வென்ற குரங்கும் உண்டு

யானையை வென்ற பாம்பும் உண்டு
பாம்பை வென்ற வெட்டுக்கிளியும் உண்டு
வாழ்க்கையோடு போராடி பழகு
குனிய குனிய குட்டினாலும்

எழ எழ ஏறி மிதித்தாலும்
விழுவது வீழ்ச்சியல்ல...
வீழ்ந்து கிடப்பதுதான் வீழ்ச்சி

முதலில் வெற்றிகொள்வது
வெற்றியல்ல
பலமுறை தோற்றுப் பின் வருவது
தான் வெற்றி!

நான் தான் முதலில் என்று சொன்ன செங்கல்
வீட்டின் அடிமட்டத்தில்

கடைசியில் பொருமை காத்த செங்கல்
கோபுரத்தின் உச்சியில்

இதுதான் வாழ்க்கை மனிதா வெற்றி
பெற்றாலும் என்றும் போராடி வெற்றி கொள்

சூரியன் சுட்டெரித்தாலும் இரவு குளிர்விக்க
வெண்ணிலவு வருவதுபோல்

வெற்றியும் உன்னைத் தேடி வரும்
பலமுறை சுட்டெரித்தாலும் அதிலுள்ள
சாம்பலில் இருந்து பிறந்தவரும்
பீனிக்ஸ் பறவை போல

அனைத்து அவமானங்களையும்
துடைத்தெறிந்து தொடர்ந்து வா

மலைக்கு கீழே நின்றால் மழை
உனக்கு தூரம்

மலை மேல் ஏறி நின்றால் மழை கூட

உன் காலடியில்

இவ்வளவு தான் வாழ்க்கை போராடும் தூரம்
அழகிய வாழ்க்கை வந்து சேரும் உன்னிடம்

வீறு கொண்டு விரைந்து வா விளையாட்டு
பொம்மையாகும் உன் கைகளில்!

- கவிஞர் மு.சக்திவேல் (நிலா ரசிகன்)

எழுந்து வா !

நீ செல்கின்ற பாதையில்
தடைகள் இல்லையென்றால்,
அது சாதனைப் பாதையல்ல;
சாதாரணப்பாதையே!!!

கடந்து கொண்டே இரு.
யார் வென்றாலும் தோற்றாலும் பூமி நிற்காது
என்பதை புரிந்து கொள்,
உன்னுடைய தனித்துவ பாதையில் நடைபோடு;
துணிவுடன் உனது வாழ்வின்
இலக்கை நோக்கி செல்,
உனக்கு வருகின்ற தடைகளை உடைத்து

சிந்தித்து பார்;
வாழ்கைக்கூட சந்தோசம், துக்கம், கண்ணீர்,
புன்னகை, கசப்பு
என பல சுவைகள் நிறைந்ததே!
தடைகளை உடைத்து பார்ப்போம்
நீ தடுமாற நேரம் கிடைக்காது
இது நம் வாழ்க்கை
கொஞ்சம் போராடித்தான் பார்ப்போமே;
எழுந்து வா தோழா!

-நந்தினி மாரப்பன்

கனவுகளின் காதலன்

கனவுகளை நோக்கி அதிகாலை ஆதவன்
முன் நான் எழுவேன்.
சுட்டெரிக்கும் நெருப்பாய் ஆயிரம் தோல்விகள்
புடைசூழ்ந்தாலும்,

அக்கினிக் குஞ்சாய் எழுவேன் அனைவர்
கண்களும் வியக்க
என் கனவுகளை நோக்கி ஏழு கடல்,
ஏழு மலை தாண்டி உணர்வதை விட
உனக்குள் இருக்கும்
ஒருவன் உணர்த்துவான்

அவன் மனக்கண்முன் கனவு என்ற கடிவாள
குதிரையை ஓட விடுவான்.
ஓடும் வேகத்தில்
அலைகள் ஆர்ப்பரிக்கும்
ஆனந்த கூச்சலிடும்

இயற்கை உன் வேகத்தில் சிறு பிள்ளையாய்
ஒதுங்கி நிற்கும்
ஒதுங்கிய வேகத்தில் மனசாட்சி என்ற
 மாவீரனை தட்டி எழுப்பு,

உன்னை காக்கும் தளபதியாய்
உன் முன் நிற்பான்.

தன்னிகரில்லா தனித்தன்மையுடைய
தன்னம்பிக்கையை உனக்குள் தருவான்

நிற்க நேரமில்லாமல், நேர்மறை
எண்ணங்களை சுமந்து
கொண்டே செல்
புல்லாங்குழல் இசையை ஏந்தி

செல்லும் காற்று போல்

உனக்கான உன் கனவுக்கான எல்லையை
விதி விதித்தால்,
விதிக்கு எல்லையிடு.
கனவுகளை முன்னோக்கி!

-இந்திரலட்சுமி.இ

உனக்கான உன் கனவுக்கான எல்லையை
விதி விதித்தால்,
விதிக்கு எல்லையிடு.
கனவுகளை முன்னோக்கி!

குறையையும் தகர்த்தவள்

இரண்டாம் பிறந்தநாளில் இருண்ட வாழ்வு!
விதி சதி செய்ய!
தந்தையின் அதிகப்படியாக
மது அருந்தியதில்
உல்லாச உந்தில் உலாவி!

விபத்தில் சிக்கி தாயும் தந்தையும்
விவாகரத்து செய்து!
ஈராறு ஆண்டு படுத்த படுக்கையில் கிடக்க!
ஏதும் அறியா நிலையில் இருக்க!

தாய் தைரியம் ஊட்டி தாங்கிக்கொள்!
உற்றார் உறவினர்கள் வசைபாட!
சில்லாண்டு பிறகு உறுப்புகள் ஆசைய!
சக்கர நாற்காலியில் இருந்தபடி
பள்ளி கல்லூரி படிப்புகளையும் முடிக்க!

நடனத்தின் மீது நாட்டம் வந்து நாட!
மாற்றுத்திறனாளியாக இருந்து
மாறுதலில் முனைய!
ஈரெண்டு ஆண்டில் வித்தையில் வித்துவானாக!

விருதுகள் வாங்கி குவித்த!
"மிஸ் இந்தியா" போட்டியில்
நான்காம் இடம் பிடித்த!
கிருபா லோதியா குஜராத்தின் குமரி!

சக்கர நாற்காலியில் சுழலும் நாட்டிய நங்கை!
இடையூறுகள் இரட்டிப்பாக வந்த போதும்
சாதித்துக் காட்டிய பெண்மணி!
இவரை சான்றாகக் கொண்டு
சாதனை புரிவோம் !

- பி.மா.வேதா (தாரகை)

வெற்றி முத்திரை

மத்தளத்தின் ஓசை ஓங்க ஓங்க தான் உயரம்
தோல்விகள் பல மெழுகாய் கரைந்தாலும்
அவை யாவும் தீப்பந்தமாய் வெற்றியினை
மூட்டிக்கொண்டே தான் இருக்கும்.

சிரம் தாழ்த்தி
கரங்களை மடித்து நையாண்டியின்
பகட்டான வார்த்தைகள் யாவும்
ரௌத்திரத்தின் உச்சத்தினைப்
பெருக்கி ஊற்றும்

வாழ்வினைத் துறக்க நினைப்போருக்கு
பக்கூஷி இராஜனின் எதிர்வினை
எல்லாம் தக்க சான்றாய் விளங்கி
சுற்றம் அறியப்பட்டு
ஏற்றம் விளக்கி
இறக்கம் அகற்றி
தொலைதூரம் விரட்டி
தொடுவானம் ஆக்கி
ஐயத்தினையும் பயத்தினையும் துரத்தி
முற்றும் தெளிந்து

ஏகத்தின் விளைவாய்
எட்டிப் பார்த்தவை யெல்லாம்
எட்டிப் பிடிக்கச் செய்து
ஓங்கி உயரப்பட்டு
சுற்றத்தால் ஆளப்பட்டு
உச்சியில் அடைந்து
முறிக்க நினைப்போருக்கு
வெற்றியினை முத்திரையிடுகள் !

ப.ஹரிணி(kaviyin_kadhali)

அக்னிச்சிறகே

நெருப்பில் இருந்து உயிர்த்தெழும்
அக்னிப் பறவையினைப் போன்று
தோல்வியுற்று விழும்போது எல்லாம்
தன்னம்பிக்கையை ஊன்றுகோலாக்கி
வெற்றியை நோக்கி எழுந்து
பயணித்திடல் வேண்டும்.

வாழ்க்கையின் முடிவு மரணமே என்றாலும்
மன உறுதியோடு போராடல் வேண்டும்.
பிரச்சினையைக் கண்டு அஞ்சி ஓடிடாமல்
தீர்வினைத் தேடி சென்றிடல் வேண்டும்.

கனவுகளைத் தியாக தீயிலிட்டு
எரித்திடாமல் அதனை
நினைவாக்க உயிர்த்தெழுந்து வாருங்கள்
எம் மாதர்களே!

சூழ்நிலைகள் எவ்வளவு கடினமானாலும்
காலங்கள் காயங்களை ஆற்றிடுமே.
வலிகளை நல்வழியில் எடுத்துச் சென்றால்
வலிமை உடையவனாய் உன்னை மாற்றிடுமே

- உயிர்த்தெழு நதியா

வாழ்க்கையின் வெற்றி பயணங்கள்

தாயின் உதிரத்திலிருந்து
மழலையாய் தோன்றினேன்
வறுமையினால் பல துன்பங்கள்
மனதில் பல இன்னல்கள்
சிறு வயதில் வாழ்க்கையே உணர்ந்தேன்!

ஆசைகளை புதைத்தேன்
கண்ணீரை மறைத்தேன்
குணத்தில் சிறந்தேன்
படிப்பில் வெற்றி பெற்றேன்
மனதளவில் சிதைந்தேன்!

கல்லூரியில் சேர்ந்தேன்
கவிதையை எழுத தொடங்கினேன்
படிப்பை முடித்து பட்டம் பெற்றேன்
என் தந்தையை இழந்தேன்
துணையில்லாமல் தவித்தோம்

வாழ்க்கையில் பல
அனுபவங்களை பெற்றேன்!
என் கவிதைக்கு பட்டம் பெற்றேன்
தந்தையின் ஆசைகளை பூர்த்திச் செய்தேன்

அனைத்து செயல்களிலும்
தந்தையின் நினைவோடு
தாயின் ஊக்கத்தோடு
வாழ்க்கையில் வெற்றியடைந்தேன்!

-மு.ஹர்ஷினி

மங்கை அவள்

மங்கையை மடந்தை என கருதி
அவள் குருதியை தீட்டென தீண்டி
அவள் கனவுகளுக்கு கால்கட்டு போடும்
மனிதா

அவள் அறிவின் ஆழம் அறிவாயோ??
முட்டாள் மனிதா நீ வெட்டியது சிறகையே
இறக்கைகள் இருக்கும் வரை தளிர்
விட்டுக்கொண்டே இருக்கும்

அவளோ சிறுபிள்ளை அல்ல
அவளுக்கும் தெரியும் பிறப்பின் பலன்
ஒளிந்து கொண்டாள் என நினைக்காதே !
ஒய்யாரமாய் அமர உயரம் பார்த்துக்
கொண்டு இருக்கிறாள் மறவாதே

எரிந்த பின் எழுவாளா தெரியாது
ஆனால் விதைகள் பல விதைத்திருக்கிறாள்
பிடுங்கி எறிய கைகளே வேண்டும்
இக்கொடுமை களத்தில்

கூண்டு கிளி அவள்
சுதந்திரம் கிடைத்த பின்னும் சுதந்திரம்
தேடுகிறாள்
கிட்டியதும் உலகே அவள் பெயரை
கொண்டாடும் !

-Maryam Ahamed Jeelani Sikkander (கனவின் பிடியில்)

மீண்டு வா

தோல்வி உன்னை
வெற்றிக்கு ஆயத்தமாக்கும்
ஊக்க மருந்து

தோல்வியைக் கண்டு
துவண்டு விடாதே!
தோல்வியைக் கண்டு
அஞ்சாதே!
தோல்வி அடையாதவனுக்கு
வெற்றி எளிதில்
கிட்டுவெதில்லை

அவமானங்களை
சேகரித்து வை
துரோகங்களை துடைத்து எறி

இதுவே
வெற்றியின் தாரக மந்திரம்

கைகள் இல்லாவிடினும் எழுதலாம்
கால்கள் இல்லாவிடினும் ஓடலாம்
துணிவும் தன்னம்பிக்கையும்
இருந்தால்

துன்பங்களை
துயரங்களை
இன்னல்களை
இடும்பைகளை

கண்ணீரை
கம்பலையை
கவலையை
கண்டு மனம் நோகாதே!
மீண்டு எழுவதே மீட்சிக்கு சாட்சி

சந்தேகிப்பவரிடம் பொறுமையாய் இரு
வஞ்சிப்பவரிடம் புன்முறுவலாய் இரு
வெறுப்பவரிடம் அன்பாய் இரு

துரோகிப்பவரிடம் உண்மையாய் இரு
பாசாங்குக்காரரிடம் பாசமாய் இரு

உலகம் நல்லவர்களால் நிரப்பப்பட்டது
எங்கும் எதற்கும்
மனம் நோவதும் மரணிப்பதும் தீர்வாகாது!

எண்ணத்தில் ஏற்றத்தையும்
மனதில் துணிவையும்
செயலில் நம்பிக்கையும்
கொண்டு புறப்படு
புதுயுகம் படைக்கலாம்

கணவன் மாண்டால் என்ன?
கைம்பெண் ஆனால் என்ன?
மழலைகளை வளர்க்க
மன உறுதியோடு மீண்டு வா!

மழலை பெறாவிட்டால் என்ன?
மலடி ஆனால் என்ன??

இப்புவியில் அம்மாக்கள் தேடும்
குழந்தைகள் ஏராளம்
மீண்டு வா!

கை கால் இழந்தாலென்ன
புத்தியோடு
புறப்பட்டு வா!

குப்பைத் தொட்டியில்
வீசப்பட்டாலென்ன
கோபுர மேடாய் உயர்ந்து வா!

முட்டி மோது
பாலையிலும் பயிரிடலாம்

அகராதியில் இருந்து முற்றிலுமாய்
கிழித்து விடு முடியாது
என்ற வார்த்தையை
எரித்து விடு
தயக்கத்தை

பின் வாங்காதே
எதையும் எதிர்கொள்
எதிர் கொண்டு தோற்றால்
துவண்டு விடாதே
மீண்டும் மீண்டும் முயற்சி செய்

பிழைகளை களை
உழைப்பை விதை
விருட்சமாகும் வாகை

-முனைவர் மு. துர்கா தேவி

உனை(கனவை) நோக்கி ஓர் பயணம்

உனை நோக்கியே என் பயணத்தினைத்
தொடர்ந்தேன் !
விளைவு நீயோ தோல்வியோ
என்றெண்ணவில்லை.!

என்றெண்ணி எனை நான் குழப்பவுமில்லை !
உனை அடைவது மட்டுமே என் முடிவு!
என் முதலும் முடிவும் நீயாக இருப்பின்?
எவையும் நான் செய்வேன் !

எவற்றையும் இழப்பேன் உன்னை அடைய !
தடைகள் இன்றி பயணிக்க வழி இல்லை !
தடைகளை அகற்றி பயணிப்பேன் உனை
அடைய !

நெருப்பில் இறந்து மீண்டும் சாம்பலில்
உயிர்பெறும்
ஓர் பீனிக்ஸ் பறவையே தன் வாழ்வை
மீண்டும் ஆரம்பிப்பின்?

ஏன் என்னால் உனை அடைய முடியாதா ?
அந்த பறவைக்கு இணையாய் நானும்
என் வலிகளை, தடைகளை நெருப்பில் எறித்து
எறிந்த சாம்பலில் இருந்து மீண்டு மீண்டும்!

என் பயணத்தினைத் தொடர்ந்துக் கொண்டே
இருப்பேன் !
உனை அடையும் வரை.!

- நான் தான் (ரா.சே. தமிழ் செல்வி)

சிறகடிக்கலாம் வா

தடைகோடி வந்தாலும் தவிடிபொடி
செய்வோமே
தரணியென்ன அத்தனையும் கையடக்கம்
செய்வோமே

முடியாத சொல்லெல்லாம் கலல்றைக்கு
போகட்டுமே
மூச்சுகுள்ள முயற்சி மட்டும் உதிக்கட்டுமே
அறுத்து தேய்த்து பசை ஒட்டும்
ஆபாச வார்த்தை பலகாதை கொட்டும்
வாய்நிறைய கொடுக்குண்ட தேனீ காட்டிலும்
நாவுற்ற மனிதவினம் மோசம் தானே

கண்காணிப்பு கேமராக்கள் உனையேசும்
கண்ணே
எத்தனையோ ஒலிவாங்கி உன்வலி பேச
தோற்றுபோன முயற்சியெல்லாம்
பப்புல்கம்மாய் பலர்வாயில்

தேற்றிபோக குண்டுபல்பு வெளிச்சம்
ஒன்றுவுண்டு
வானகிண்ண கன்னத்தில் நிலவுக்குழி
ரசிப்புபோல

வாழ்கிண்ண எண்ணத்தில் பலர்குழிதானே
தேனினிப்பு
எத்தனையோ சகுனிக்கள் சகுனம் பார்ப்பது
வேர்ப்பூவை தலைநிமிர்ந்து பார்ப்பது
போலன்றோ

கருந்தொட்டி குமிழுக்குள் தவளைபோல
தவழ்ந்தோமே
முந்திகொண்டு வந்ததுவே முயற்சி தானே

கதிரவனின் கதகதப்பில் பனித்துளியே
குளிர்காயும்
காய்ந்த மனம் இலைத்துளிர்த்து
போதாதென்று?
எழுந்துவரும் பீனிக்சும் எக்காளம்
போடுவதில்லை
சதைக்கிழிந்து தோய்ந்தாலும் சாதிக்க
வேணுமடா

மேகத்தை கீறுகின்ற மின்னவலென
சாதனையை
கீறித்தான் ஒழுகட்டுமே குருதியென்ன
உயிருங்கூட

                -கவிஞர்.மே.மு.மணிமாறன் (நிழல்)

மீண்டெழுந்தேன் ஒரு சவாலாக

நீண்ட நெடிய பயணம்,
தித்திப்பான இலக்கை உடைய பயணம்,
என்னை காந்தமாய் கவர்ந்திழுக்கும்,
நான் ஆசைப்படும் வெற்றி,
மனம் முழுக்க தன்னம்பிக்கையுடன்
எடுத்து வைத்தேன்.

எந்தன் முதலடியை
கற்கண்டாய் இனித்த பாதை,
போகப்போக காட்டியது தன் கோரமுகத்தை,

ஒன்றல்ல இரண்டல்ல ஆயிரம்
நெருஞ்சி முட்கள்,
இருந்தும் நடந்தேன் ஒரு ஏளனச் சிரிப்புடன்,

திகைக்க வைத்தது முதல் முள்;
அழ வைத்தது இரண்டாவது;
கதற வைத்தது மூன்றாவது;

அடுத்தது என்னை சுக்குநூறாய்
உடைத்தெறிந்தே விட்டது.

என்னுடைய ஏளனச் சிரிப்பு இப்போது
அந்த முட்களிடம்;

ஆனாலும் நடந்தேன் இடைவிடாது,
மரத்துப் போனது உடல்;
இறுகிப் போனது உள்ளம்;

பழகிப் போயின வழிகள்;
இறுதியில் நிமிர்ந்தேன் அதே
ஏளனச் சிரிப்புடன்,

பீனிக்ஸ் பறவையே!
விடாமுயற்சிக்குப் பெயர்போன கற்பனைக்
காவியமே,
உனக்கே சவால் விடும் திமிரழகியாய்.

- அக்னி (சௌபர்ணிகா)

பீனிக்ஸ் பறவையே!
விடாமுயற்சிக்குப் பெயர்போன கற்பனைக்
காவியமே,
உனக்கே சவால் விடும் திமிரழகியாய்.

- அக்னி (சௌபர்ணிகா)

தூண்டுக்கோல்!

உந்துதலின்றி
உந்தாமலிருப்பதை விட

உந்துதல் கொடுத்து முயற்சியை
தூண்டுவது சிறந்தது,

விமான ஆய்வுகூடத்திலே
பலமுறை தோற்றுபோகும்
சோதனை தான்

ஏவுகனையாக ஒருநாள்
வானில் பறக்கும்,

உன் திறமையே
பழுதுபார்த்துக்கொண்டே இரு!
நிறுத்தாதே உன் உந்துசக்தியை

உன் இலட்சியத்தின்
இலக்கை அடையும்வரை,
நீ ஓர் போராளி!

உன் உந்துதலே
தீர்மானிக்கும் உன்னுடைய இலட்சியத்தை
தோல்விகளால் விழுந்தாலும்
மீண்டும் புதிதாக,

எரியும் சாம்பலிலும்
எழுந்து பறக்கும்
பீனிக்ஸ் பறவையாக
எழுத்து வா!

இந்த உலகில் உன்
சுவடுகளை பதிக்க,

உனக்கு நீயே விவேகம்
கொடு - அதுவே
உன் வெற்றிவாகைக்கு
வழி வகுக்கும்!

- அன்பின் சகி (சு. வசுந்தரா தேவி)

மீண்டெழுவேன் !

ஒளிந்து கிடக்கும் கலைகள்,
இமயம் தாண்டும் பயணமிது !
கண்கள் நிரப்பும் நீரை,
துடைத்து செல்லும் நேரமிது !
அடைந்து கிடக்கும் கூண்டுகிளியும்,
சிறகை விரிக்க முயலுதே !
வழியும் துளிகள் துள்ளியெழுந்து,
உயரம் பறக்க விரும்புதே !
ஆயிரம் இலட்சியத்தின் மையமாய்
புயல்கள் என்னுள் வீசினால்,
விரட்டும் விதிகளுக்கு தடை விதித்து,
மீண்டும் மீண்டும் மீண்டெழுவேன் !

-ரஞ்சனி பழனிசாமி

"நம்பிக்கையோடு எழு மனிதா"

சிறகு முளைத்து பறந்திட துடிக்கும் மனமே
சற்று பொறுத்து குறிக்கோளை நிறைவேற்று!

இலட்சிய பாதையில் முடியாது என்ற
தடைகளை விரட்டி முயற்சியினால்
வென்று விடு

காலங்கள் கடந்தாலும் கண் சிமிட்டும்
வேளையிலே கஷ்டங்கள் மறைந்துபோகும்

முற்கள் கண்டு பயந்தால் பயணம் செய்ய
இயலுமா?
முற்கள் தாண்டிய பயணத்தில் தான்
வெற்றிமலர் காத்துக்கிடக்கின்றன

முடங்கி கிடக்க அல்ல வாழ்வு திமிரி எழுந்து
சாதனைகள் பல புரிந்திடவே வாழ்வு

ஏட்டிலும் எழுத்திலும் மட்டுமல்ல நாட்டிலும்
பிரகாசமாக ஒளிர்ந்திட ஆசை

மன நிறைவான வாழ்க்கை வாழ்வதற்கு
இயன்ற வரை இல்லாதவர்களுக்கு கொடுத்து
உதவிடு!

-இளங்கவி சு. தீபிகா

கடிகாரமாய் இரு

ஆழியில் மூழ்கும் ஆதவனும்
அதிகாலை விடியல் கொடுக்க
விரைவாய் எழுகிறான் !

ஒரு திங்களில் பாதி தேயும் சந்திரனும்
மீதி திங்களில் வளர்பிறையாய்
மீண்டு எழுகிறான் !

இறைவன் படைப்பில் இயற்கைக்குகூட
இரவு பகலாம் !
வாழ்வு இடிந்து போனாலும் துவலாதே!

வாழ்கை ஒரு நாள் இமயமாய் உயரும் என
நம்பிக்கையில் அயராது விழுந்தாலும் எழு
நண்பா !

அழகிய வண்ணமாய் மிளிரும் நாள் வரும்
அதுவரை காலத்திற்கு இணையாய் நிற்காமல்
ஓடும் கடிகாரமாய் இரு நண்பா!

-ஸ்ருதி

விடியல்

சுயநலமில்லா நம் வாழ்வில்
சுவடுகளை கலந்த உணர்வுகளை
உழைப்பினை கொண்டு
தன்னிச்சையாய் போராடி
தடம் பதிக்கும் வரை!

நித்தம் அறவனைத்தும், சூழல் அறிந்தும்
விடை அறிந்து வினாவை நாடி
பயணத்தை
இடையூறில்லா,
இயல்பான
பாவனைகள் கொண்டு
இலக்கை பற்றி
வெ.ற்றியின் பிடியில்
உலாவருவோம்!

-ஆ.நர்மதா

என் கனா!

நான் மூழ்கியது வறுமையில்
பெற நினைப்பது வெற்றியில்
கிடைப்பதோ ஏமாற்றத்தில்
சோதனைகள் வருவதோ இடையில்
காலத்தோடு கனவோடு போராட்டம்
தோல்வியோ வலியின் உச்சகட்டம்
காண்பதெல்லாம் ஏக்கம்
களைவதெல்லாம் உறக்கம்
தினம் தினம் புதிரான சமயம்
பொழுது உதித்தும் மருகியும்
தேடிய வாய்ப்பு பறிக்கப்பட்டு
தானாக கிடைக்கும் வாய்ப்பு நிராகரிப்பட்டு
பணத்தின் மதிப்பு கை ஓங்கி திறமையின்
மதிப்பு கை கட்டி
போராடுவோம் வீழும் வரை அல்ல
வெற்றி தன் வசப்படும் வரை

-மு. முஹம்மது உமைர்

தரணியைத் தாங்கும் தயாளர்கள்

கொதிக்கும் உலை போல்
உழைக்கும் விவசாயி
இனிதே உழுத கானி நிலம் கருகியது
ஏனோ?

ஓலமிட்டு அழும் அவர்களின் கூக்குரலானது
உலகில் உள்ளோர்க்கும்
உலகலந்தவனுக்கும் கேட்க
காது இல்லை போலும்!

இயற்கையும் அவனுடன்
உடன்படிக்கை செய்து கொண்டு
மக்களை வாட்டி
இன்னுயிரை வதக்கி எடுத்தது

எது நடந்தாலும்
மேற்கில் கூட சூரியன் உதிக்கலாம்
ஒன்று மட்டும்
மாறவில்லை அது அவர்களின் மனவலிமையே

ஏழுமுறை வீழ்ந்தாலும்
எட்டாவது முறை விழாமல்
விடாமுயற்சியுடன் மீண்டு எழும்
சக்தி உள்ளவரையில்

உயிரைக் கொடுத்து உரம் போட்டு மரமாக்கி
மனதிருப்தியுடன் வாழ்வர் உயிர் போனாலும்
மண்ணுக்கு உரமாகி மறுவாழ்வு வாழ்வர்
ஒரு பீனிக்ஸ் பறவை போல!

-ந.ஆண்டாள் (கோதை)

உயிர்த்தொழு

சோம்பேறிகளுக்கு தான் அனைத்து
விடயமும் கடினமாக தோன்றும். முயற்சி
உள்ளவனுக்கு அனைத்தும் இலகுவாக தான்
கண்ணுக்கு தெரியும்.

ஒரு பறவை ஒரு கிளையில் அமரும் போது
அது நம்புவது அமர்ந்திருக்கும் கிளையை
இல்லை. தனக்கு இருக்கும் சிறகுகளை தான்
அது போல நீயும் உன்னை நம்பு வாழ்க்கையில்
தோல்வியும் ஒரு நாள் பயந்து ஓடி விடும்.

அடுத்தவர்களின் வளர்ச்சியை பார்த்து
பொறாமைப்படும் மனம் கொண்டவர்கள்
அவர்களின் வளர்ச்சியை பார்க்கும் போது
அவனது முயற்சியையும் சேர்த்து பார் உனக்கு
பொறாமை வராது.

வெற்றி எனும் இலக்கை அடைவதற்கு யாரும்
நமக்கான பாதையை உருவாக்க மாட்டார்கள்
நாம் தான் அதற்கான பாதையை செதுக்க
வேண்டும்.

உழைப்பையும் ஊக்கத்தையும் மட்டும் வைத்து
வாழ்க்கையில் வெற்றி பெற முடியாது.
உழைப்பு மற்றும் ஊக்கத்துடன் தன்னம்பிக்கை
எனும்ஆயுதமும் இணைந்தால் மட்டும் தான்
வெற்றிக்கு வித்திடும்.

நிலத்தில் தவறி விழுந்த விதையே முளைத்து
மரமாகும் போது தடுமாறி விழுந்த நம் வாழ்வு
மட்டும் சிறப்பாக மாறாமல் போய் விடுமா..?
விழும் போது தன்னம்பிக்கையுடன் எழ
வேண்டும்.

எந்த சந்தர்ப்பத்திலும் முடிவுகளை நாம் தான்
எடுக்க பழக்க வேண்டும்.

பலரிடம் ஆலோசனை கேட்கலாம்
ஆனால் இறுதி முடிவு நம்முடையதாக தான்
இருக்க வேண்டும்.
அப்படி இருந்தால் தான் பிரச்சனைகளை
எதிர்கொள்ளும் தன்னம்பிக்கையும்
நமக்கு வளரும்.

நீ தனியாக போராட பலம் இருந்தால் மட்டும்
போதாது அதற்கான மன உறுதியும் உன்னிடம்
இருக்க வேண்டும் அப்படி இருந்தால் தான்
வெற்றி பெற முடியும்.

கடைசி நேரத்தில் கூட எதாவது அதிசயம்
நடக்கலாம் அதனால் ஒரு போதும்

தன்னம்பிக்கையை மட்டும் விட்டு விடாமல்
முழு மன உறுதியுடன் முயற்சி செய்து
கொண்டே இரு.

-கவி கவிஞன் இரா சதீஷ் குமார்

என் பாதை புதியது!

சின்னஞ்சிறு கிளி
இன்று பருந்தாகி விட்டது
பஞ்சவர்ணக் கிளி இன்று
பாலைவனத்தையும் பார்க்கத்
துணிந்து விட்டது

சாது மிரண்டால் காடு கொள்ளாது
அமைதி கொண்ட நெஞ்சம் மாறினால்
நாடு தாங்காது

சிரித்தவர் இன்று சிரம் தாழ்ந்து பார்க்கிறார்
பின் கதைத்தவர் இன்று
வாயடைத்து நிற்கிறார்

அவமானங்கள் நெஞ்சை
இறுக்கி விட்டது

ஈரத்திற்கு இடம்
இல்லாமல் போய்விட்டது

மாறிவிட்டாயே என்று வினவாதே
மாற்றம் ஒன்றே மாறாதது

மண்டியிட்டது அன்பிற்காக அன்றி
மதி இழந்தல்ல
மானத்திற்கு இழுக்கு எனில்
வாழ்ந்து ஒரு பயனும் இல்லை

கால்கள் நடக்க
புதுப் பாதைகள் உண்டாகும்
வழி பார்த்து நடக்க
புதுப் பயணமும் போகும்

ஒரு வழி நின்று நேர் வழி செல்ல
இயலாத போது

பாதை ஒன்றை புதிதாக அமைப்பதில்
தவறொன்றும்   இல்லையே

பழைய நபரைத் தேடாதே இனி
என் பாதையும் புதிது!
என் பயணமும் புதிது

-பூவிழி (நுவலி)

கனவுகளும் கைப்பிடிக்குள்!

காத்து தவிக்கும்
பூக்களுக்கு மலர்ந்து உலரும்முன்னே
காதலனை காணஏங்கி
வலி இல்லையா?

கூட்டை காக்க எண்ணி
பறவைக்கு காற்றினில்
படபடக்கும் கிளைகளுக்கு
நடுவில் போராட்டம் தான்
இல்லையா?

வலியோட போராட்டமோ
இரண்டுமே தேவைதானா!
வலியில் பிறக்கும்
வலிமையும் தேவையே!
போராட்டம் கற்றுத்தரும்
பொறுமையும் தேவையே!

வலிமை லட்சியத்திற்கு
அடிப்படை என்றால்,
பொறுமை வெற்றிக்கு
முதல்தகுதி அல்லவா!

தோல்வி வதைத்திடும்
தழும்பு அதனை எழுச்சி
தடமாய் அமைத்து
முன்னேறி எட்டிப்பிடி
கனவுகளும் கைப்பிடிக்குள்!

- ஆர்த்தி முருகேசன் (மாயாதி)

கனவுப் பறவை

கனவு காண்பதெல்லாம்
நிறைவேறுமோ?
என் கவிவரியில் நான் காணும்
கனவுகள் மெய்ப்படுமோ!

ஒரு சிறந்த தலைவருக்கு
எண்ணங்கள் நிறைவேற்றும் தைரியம்
தன் வேட்கையிலிருந்தே வருகிறது
தன் நிலையிலல்ல!

கனவு காண்
கனவுகளுக்கு பின்னால் செல்
அடிபட்டு இறந்தாலும் பீனிக்ஸ் பறவைப்போல்
மீண்டும் உயிர்த்தெழு
முன்னால் உனக்கான வெற்றிக்கோப்பை
காத்திருக்கும்

கனவு காண்பவர் எவரும் மிகச்
சிறியவரும் அல்ல
எந்த கனவும் மிகப்பெரியதும் அல்ல

கனவு காணாததை விட,
சாத்தியமற்ற கனவு
காண்பது சிறந்தது!

உலகை மாற்ற முடியும் என்று நினைக்கும்
அளவுக்கு பித்தம் பிடித்தவன் நான்
என் பீனிக்ஸ் கனவும் அப்படியே
தினந்தினம் என்னுள்
பொங்கி எழுகிறது

தனி மனிதனுக்கு உணவில்லையெனில்
ஜெகத்தினை அழித்திடுவேன் என்று

பாரதிக்குள் தோன்றிய கனவு
என்னுள் தோன்றியிருந்தால்
ஜகத்தினை இப்போதே அழித்திருப்பேன்

- கவிஞர் பாரதி பாஸ்கி

என் கனவை அடைந்தேதீருவேன்

கனவு கனவாகவே போய்விடுமோ
என்ற ஐயம்தான் எனக்கும்
என் கனவோ பேச்சுத்துறை
நான் பேசினாலே குரலால்
காதினை கிழிக்கிறாய் என்றனரே

என் குரலாலே என்னை
கரடுமுரடானவன் என்றனரே
நான் வாயைத் திறந்தாலே
சினத்தின் சிகரம் என்றனரே
ஆனால் என் குரல் கரடுமுரடானதல்ல

கம்பீரத்தின் அடையாளம் என
நிலைநாட்டிவிட்டேன்
என் கனவில் பாதியை பெற்றுவிட்டேன்
மீதியையும் விரைவில் அடைந்தேதீருவேன்

என்னை எத்துனை முறை எரித்தாலும்
எழுந்து வருவேன்
சாம்பலிலிருந்து சகாப்தமாய்!

- தமிழ்மகன் ப.சிவபிரகதீஷ்

சந்திராயன் 3

நிலா நிலா ஓடி வா
நில்லாமல் ஓடி வா
என்றொரு கவிஞன்

கவி தொடுத்து
காத்திருந்தான்
கன்னி இவள் கரம் பிடிக்க

ஒளி கொடுத்தவள்
ஒலி கொடுக்க மறுத்து விட்டாள் பாவம்

விபரம் அறியா கவிஞன் வளர்ந்த பின்னே

வியந்துபோய் நோக்கினான்!!!
விவரம் சொல்லா பேதை இவள் இதயத்தில்
ஈரம் இருக்குமோ என்ற தேடலில்
இளைஞர்கள் பலர் இருப்பதை;

இவர்களுக்கிடையில்
இவனும் அனுப்பினான் இயந்திரம் மூலம்
இதய தூது!

எந்திரத் தூது பயனளிக்க
இவள் இதயத்தில் ஈரம் இருப்பதை
உற்சாகத்தோடு
உரக்கச் சொன்னான் உலகிற்கே!

காதல் கொடி நாட்டிய கவிஞனுக்கு காதலி
மீது சந்தேகம் போலும்

சில நாள் ஒளிர்கிறாள் சிலநாள் தேய்கிறாள் என்று

புறப்பட்டான் யாருமறியா
இவள் மறுபக்கம் நான் அறிவேன் என்று;

எச்சரிக்கை செய்தனர் சிலர்!
ஏளனம் செய்தனர் பலர்!
கண்டுகொள்ளவில்லை கவிஞன்;

ஒருவழியாக கன்னி அவளின் மறு பக்கம்
நிற்கும் முன்னே;

நொடிகள் தாமதம் நெருப்பாய்
பொசுக்கினால்;

காரணம் புரியவில்லை காதல் காதலன்
தானே?

நெஞ்சத்தில் நெருடலோடு வந்ததாலோ
என்னவோ பொசுக்கி விட்டாள் போலும்!

ஏளனம் செய்தோர் கண்களில் கூட
கங்கை கரைந்து ஓடினால்!

பொசுங்கியதாய் பொய்த்தூக்கம் தூங்கியவன்
பொசுக்கென்று எழுந்து

தன்னை மீண்டும் தயார் செய்து காதல்
வேட்டை தொடங்கினாராம்
காதலி கரம்பிடிக்க சந்திராயன்3 !

-கவிஞர் கோகுல் காளியப்பன்
(*சாரல் துளிகளின் சன்னல் காதலன்*)

மனச்சிறகு !

அதிசயங்கள்
அனுதினமும்
அரங்கேறுகிறதே

புராணங்களில்
ஒன்றுண்டு
புனிதப் பறவையே!

தீக்குளித்தும்
வருமா மீண்டு?
ஆமேம்...
தன்னைத் தானே
செதுக்கிக் கொள்ளுமோ

ஆய்வுகள்
போகின்றன
இன்று வரையுமே..
இறவாமையை
அறிய வேண்டும்
இவ்விடமே....

மீள்பிறப்பு உண்டோ
உயிர்களிடத்திலே

கற்பனையிலும்
லட்சியத்தின்
தேடல், வைக்கிறாயே
ஏக்கங்களை
உதறிவிடு...
ஏமாற்றங்களை எடுத்தெறி
என்பதே உன் கருத்தோ!

எடுத்தாள
எடுத்துக்கொள்கிறேன்
உன் பெயரையே!

மீளாத் துயரத்தில்
மீண்டு வர
உதாரணம் நீயே!
கனவுகளை
காட்சிகளில்
காண வருவேன் உன்போலே

எண்ணங்களை,
வண்ணங்களாக
மாற்ற மீள்வேன் உன்போலே

துயரங்களில்
துவளாமல்,
தோன்றி வரணும்
உன்போலே!

கஷ்டங்களை
இஷ்டங்களாக்க
இனிய தொரு
புரட்சி செய்ய வேண்டுமே!

கண்ணீரில்
கரையாமல்,
வெண்ணீரில்
வெந்து போகாமல்,
விருட்சம் கொண்டு
வெற்றி நடை கொள்ள,
மேற்கொள்வேன்
உன்னையே!

வான் நிலாவை
எட்டி பிடிக்க
பற்றிக்கொள்வேன் உன்னையே

கயவர்கள்
கண்முன்
காணாமல்போகும்
கானல் நீரோ!

உலகில்
நீ
உண்டென்றால்
இன்னும்
மின்னிடுமே !

-மஞ்சு. கி

மீண்டெழு

பறவையே பறவையே
நீ மீண்டெழ வேண்டுமென்று

நான் என்ன செய்யவேண்டும் என்று உணரவேண்டும்

நான் இறந்தாலும்
மீண்டும் மீண்டும்

பிறந்த வாழ்ந்த வலம் வருவேன்

சாம்பலானவுடன்
பறவை மீண்டும்
எழுந்து வருவது தான்

பீனிக்ஸ் பறவை யாவேன்
சாம்பல் ஆகி வந்த நான்.

மீண்டும் பிறப்பெடுப்பேன்
உன்னைப்பெற்ற

பறவைநிறங்கள்
நயந்து விவரங்கள் கூற

ஐயத்தை வந்த உரைத்திடும் பலவிசயங்கள்

இன்றையநிலையை நமக்கு சாட்டியது அதனை
உணவைத்து பீனிக்ஸ் பறவையாவேன்

மீண்டும் எழுந்து எழுந்து நான் சேவைகள்
செய்திடுவேன்

பறவையினங்களே பறந்து சென்றிட

நயனங்கள் வழியாக

நல்லவை நடந்திநாம் என்றும்
பீனிக்ஸ்ஆவோம்

பொருத்திய உலகில்
உன்னதங்கள் படைத்திட உருவாக்கம் பெற்றிட

வந்த துன்பங்களை கண்டு மகிழ்ந்திட
நாம் சிறப்படைவோம்

சீர்தூக்குப் பார்த்திடுவோம் பீனிக்ஸ்போல

-முனைவர் கவி சு.நாகவள்ளி

வா போவோம் முன்னேறி

வான் தொட முயலும்
சிறு விதை நான்
அடர் இருட்டில்
விடியல் வரும்
விடியல் வருமென
கனவுடன் தூங்கிக்கிடக்கிறேன்

இதோ
என் உறக்கத்தை
தொட்டு களைக்குது
மேகத்தின் கண்ணீர்
துள்ளி விழுந்து
மீண்டும்
அடர் இருள்

தூங்கிப் பயனில்லை
துணிகிறேன்

புள்ளி வெளிச்சத்தில்
புல்லாய் நான்
பூவாய் சூரியன்
புது விடியல்

நிமிரும் சத்தியில்லா எனக்கு
நிலவை முத்தமிட ஆசை

தினம் தினம் தேடல்
வேர்தனை (மூளை) விரட்டுகிறேன்
வெவ்வேறு திசையில்
கற்றுக் கொள்ள
சிறிது பெற்றுக்கொள்ள

வளர்ந்தேன்
உயர வளர்ந்தேன்

உயிர் கொடுத்து வளர்ந்தேன்
இன்னும் சில அடிதான்
தொட்டு விட
முடியவில்லை தான்

இதோ யார் அது என
குனிந்து பார்க்கிறது
வானம்
தென்றலில் முத்தத்தை அனுப்புது
நிலா

தொடுவது சாத்தியம் இல்லையென
விடுவது கோழைத்தனம்
முயன்றிடு அயராமல்
வெற்றி எவ்வழியிலும்
வந்திடும்
முயற்சி போதுமானதெனில் !

- ஞாழல்

நிமிர்ந்து நில்!

நீ,அதிரடியாக
இறங்காத வரையிலும்.!

உனக்கான
ஒவ்வொரு வாய்ப்புக்களையும்.
மற்றவர்கள்
கைப்பற்றிக் கொண்டேதான்
இருப்பார்கள்!

யார் சொன்னது?

"வாய்ப்புகள்
உருவாக்கப்பட வேண்டும்- "என்று!

எல்லா வாய்ப்புகளும்
உன்னை நோக்கிதான்
வந்து செல்கிறது!

வாய்ப்புக்கள்-ஒரு
வரம்!

வாழ்க்கையே.
ஒரு வாய்ப்புதான்
என்கிறபோது!

அ. செல்வராஜ்.

துணிந்து நில்

நீ
உண்மையில்
அடிமைதான்
சிந்திக்காத வரையிலும்!

நீ
உண்மையில்
முட்டாள்தான்.
சரியான பாதையில்
செல்லாத வரையிலும்!

நீ
உண்மையில்
கோழைதான். சிலதரங்கெட்ட
மணிதர்களை
தூக்கி எறியாத வரையிலும்

-அ. செல்வராஜ்.

பெண் சாதனையின் மறுபக்கம்

பூமியில் பிறந்து
போர்களத்தில் போராடும்
பீனிக்ஸ் பெண்ணே

எவ்வளவு தடைகள்
உன் வாழ்வில்

பிறந்ததும் பொன்
போல் உன்னை
நினைத்தனர்
ஆனால்
வளரவளர
உன்னை பற்றிய
கவலைகள் உருவமெடுக்கின்றன

நீ கல்வி கற்க
ஆரம்பிக்கும் போதே
உன்னை ஒருவனிடம்
கரம் பிடித்து
கொடுக்க மனம்
எண்ணுகிறது

நீ பூப்படையும்
போது உலகம்
உன்னை ஒதிக்கி
வைக்க ஆயத்தமாகிறது

மாத இறுதியில் வருமானத்தை
பற்றியே சிந்தனை
உள்ளதே தவிர
மாதவிடாய் காலத்தில்
உன் வலியை
பற்றி சிந்திக்க
மனம் எண்ணவில்லை

சமூகத்தில் நீ
நுழையும் போது
உன் பாதுகாப்பு
பற்றிய சிந்தனை
சிதறுகிறது

சமஉரிமை இருந்தும்
கல்வியில் ஏன் தடைக்கல் அது
தவறென சிந்தைக்கு
எட்டவில்லையா

கனவுகளோடு கல்லூரி செல்லும்
போது அங்கும்
காதல் காமம்
என தொல்லைகள்
தொடர்ந்து வருகின்றன

கணவனும் கையில்
குழந்தை மட்டுமே
பெண்ணின் வாழ்க்கையா?

ஒரு பெண்
தன் வாழ்க்கையை
கடக்க இவ்வளவு
சவால்களா?

சாம்பலில் இருந்து
உயிர்பெறும்
பீனிக்ஸ் போல்
எழு பெண்ணே

உன்னை உலகிற்கு
அறிமுகம் செய்
மீண்டும் ஒரு
புதிய சகாப்தம்

தொடங்கு

நான்கு சுவற்றுக்குள்
முடங்கிவிடாதே
உன் சிந்தனைதான்
உன் வாழ்க்கையின்
சிம்மாசனம்
துணிந்து முடிவெடு!

-மு.பெருமாள் (தனிமைக்காதலன்)

உந்துதலாகிடு உனக்கு!

சுற்றம் சிலர் துரத்தினும்,
இஷ்டம் பல இழப்பினும்,
கஷ்டம் பல பழகினும்,
நட்டம் பல இருப்பினும்,
புண் அறியாது எழுந்திடுவோம்!
புறத்தே நின்று வென்றிடுவோம்!

கைகள் என்றிரண்டு இனமுண்டு,
காலம் முழுக்க துணையுண்டு,
அதிலே மனமும் வசம்கண்டு,
தோல்வி என்றொரு திறனுண்டு,
ஆற்றல் அறியும் குணமுண்டு,
வெற்றி வரும் விதியுண்டு!

துவண்டு துவண்டு படுத்தாலும்,
வீழ்ந்து வீழ்ந்து எழுந்தாலும்,
தளர்ந்து தளர்ந்து தடம் புரண்டாலும்,,
நம்பிக்கை கொண்டு விதிசெய்து,
நாளைய நாள் எனதென்று,
நாடி நாடி சென்றிடுவோம்!

நெருப்பின் சுடு சக்தி,
நெருங்கி வந்து கடத்தி,
நெருக்கடி பல சுமத்தி,
நொந்து மனம் அழுதாலும்,
பீனிக்ஸ் பறவையாய் உயிர்த்தெழுவோம்!

- மஞுங' (கவாம் நேசகி அபிதா)

www.ingramcontent.com/pod-product-compliance
Lightning Source LLC
LaVergne TN
LVHW031244190726
843493LV00010B/3001